ALLAÐA BARNA- OG SMÁBARNASKABÓKIN

100 hollar og auðveldar uppskriftir af bestu mauki, fingramat og smábarnamáltíðum fyrir hamingjusamar fjölskyldur

Heiða Njóla Guðbjörnsdóttir

Allur réttur áskilinn.

Fyrirvari

Upplýsingunum sem er að finna í þessari rafbók er ætlað að þjóna sem yfirgripsmikið safn aðferða sem höfundur þessarar rafbókar hefur rannsakað. Samantektir, aðferðir, ábendingar og brellur eru aðeins ráðleggingar frá höfundi og lestur þessarar rafbókar mun ekki tryggja að niðurstöður manns muni nákvæmlega endurspegla niðurstöður höfundar. Höfundur rafbókarinnar hefur lagt allt kapp á að veita lesendum rafbókarinnar núverandi og nákvæmar upplýsingar. Höfundur og félagar hans munu ekki bera ábyrgð á óviljandi villu eða vanrækslu sem kunna að finnast. Efnið í rafbókinni getur innihaldið upplýsingar frá þriðja aðila. Efni frá þriðja aðila samanstanda af skoðunum frá eigendum þeirra. Sem slíkur tekur höfundur rafbókarinnar ekki ábyrgð eða ábyrgð á efni eða skoðunum þriðja aðila. Hvort sem það er vegna framfara internetsins, eða ófyrirséðra breytinga á stefnu fyrirtækisins og leiðbeiningum um ritstjórn, getur það sem fram kemur sem staðreynd þegar þetta er skrifað orðið úrelt eða óviðeigandi síðar.

Rafbókin er höfundarrétt © 202 2 með öllum rétti áskilinn. Það er ólöglegt að endurdreifa, afrita eða búa til afleitt verk úr þessari rafbók í heild eða að hluta. Enga hluta þessarar skýrslu má afrita eða endursenda á nokkurn hátt afrita eða endursenda á nokkurn hátt án skriflegs og undirritaðs leyfis höfundar.

EFNISYFIRLIT

EFNISYFIRLIT 3

INNGANGUR 8

KORN 9

   1. Hrísgrjónakorn 10

   2. Haframjöl 12

   3. Byggkorn 15

   4. Ávaxtaríkur hrísgrjónagrautur 17

   5. Banani hrísgrjónaskál 19

   6. Bragðmikil hrísgrjón 21

   7. Barnagrautur 23

   8. Bircher Múslí 25

ÁVEXTIR 27

   9. Apríkósumauk 28

   10. Blandað ávaxtaeplamósa 30

   11. Banana avókadó 32

   12. Mangókubbar 34

   13. Peach Smoothie 36

   14. Epli og brómberjafífl 38

   15. Svekkja- og kirsuberjakompott 40

   16. Ávaxtaríkt kjötbaka 42

GRÆNMETI 44

   17. Blandað Veg 45

   18. Kvöldverður Veg 47

19. Skvassblanda 49

20. Berjasætar kartöflur 51

21. Blómkálsmauk 53

22. Kúrbítspasta 55

23. Tómatar og kartöflur með oregano 57

24. Rjómalagt grænmeti 59

25. Bananarisotto 61

26. Ostur kúrbít risotto 63

27. Ratatouille 65

28. Barnagúlas 67

29. Blómkálsostur 69

30. Gulrótar-, blómkáls-, spínat- og ostamauk 71

31. Osta- og grænmetispoki 73

32. Kartöflu- og avókadósalat 75

33. Eplakúskús 77

34. Smjörhnetupasta form 79

35. Vetrarávaxtasalat 81

36. Pasta með ostaðri tómatsósu 83

37. Soja, kúrbít og tómatpasta 85

38. Kúrgettupaté 87

39. Rísotto með sætum maís 89

40. Jógúrt- og kotasælupasta 91

41. Pasta með kúrbít 93

KJÖT/FISKUR 95

42. Grunnnautamauk 96

43. Basic kjúklingamauk 98

44. GRUNNFISKMAUK 100

45. BARNAEGGJAKAKA 102

46. RJÓMALÖGUÐ KJÚKLINGAPOTT 104

47. FISKIKVÖLDVERÐUR 106

48. LIFRARKVÖLDVERÐUR 108

49. LÉTT KJÚKLINGA- OG BANANAMÁLTÍÐ 110

50. LAMB MEÐ PERLUBYGGI 112

51. APRÍKÓSU KJÚKLINGUR 114

52. BRAGÐMIKIÐ KJÚKLINGAPOTT 116

53. TÚNFISKDÝFA 118

54. KJÚKLINGA- OG PERUMAUKI 120

55. KJÚKLINGA- OG KARTÖFLUMÚS 122

56. KJÚKLINGUR MEÐ MAÍS OG PERU 124

57. NAUTAPOTTRÉTTUR MEÐ GULRÓTARMAUKI 126

58. STEIKTUR KJÚKLINGA- OG GRÆNMETISSOKKUR 128

59. KALKÚNA- OG APRÍKÓSUHAMBORGARAR 130

60. BRAGÐGOTT KJÚKLINGAKÚSKÚS 132

61. KRAKKAKJÖTBOLLUR Í SÓSU 134

SÚPA **136**

62. KJÚKLINGASÚPA 137

63. GRÆNMETISNAUTASÚPA 139

64. GRASKERSÚPA 141

65. BUTTERNUT SQUASH SÚPA 143

66. EGGARDROPASÚPA 145

67. ASPASÚPA 147

68. BABY BORSCHT (RAUÐRÓFUSÚPA) 149

69. Epla- og sætkartöflusúpa 151

70. Rótargrænmetis- og kjúklingabaunasúpa 153

71. Einfaldur minestrone 155

MAUKI 157

72. Spínat- og kartöflumauk 158

73. Kúrbíts- og kartöflumauk 160

74. Gulrótar- og kartöflumauk 162

75. Gulrótar- og pastinipamauk 164

76. Peru- og sætkartöflumauk 166

77. Fljótlegt banana ferskjumauk 168

78. Sætar kartöflu- og avókadómauk 170

79. Eggaldinsmauk 172

80. Gúrku- og kryddjurtamauk 174

81. Gulrótar- og eplamauk 176

82. Gulrótar- og aprikósumauk 178

83. Rótarjurtamauk 180

84. Cantaloupe melónu og mangó barnamatsmauk 182

85. Gulrótar- og mangómauk 184

86. Svía- og sætkartöflumauk 186

87. Sætar kartöflu-, spínat- og grænbaunamauk 188

88. Hvítur fiskur og sósumauk 190

89. Banana- og avókadómauk 192

90. Mangó- og bláberjamauk 194

91. Sætar kartöflu- og melónumauk 196

92. Rjómalagt butternut-squash-mauk 198

93. Blómkáls- og sætkartöflumauk 200

94. Afgangur af kalkúna- og kartöflumauki 202

95. Þorsk- og hrísgrjónamauk 204

96. Rautt linsubaunamauk 206

97. Græn erta með myntumauki 208

98. Sæt og hvít kartöflumús 210

99. Skvass og perumauk 212

100. 'Popeye' mauk 214

NIÐURSTAÐA 216

KYNNING

Það er spennandi fyrsta skref þegar litla barnið þitt byrjar að færa sig í átt að heimi fíns veitinga og framandi smekks. Einn daginn mun gleðipakkinn þinn njóta pizzu með vinum eftir skóla, krabbafætur og snittur á uppáhaldsveitingastaðnum þeirra og eðalvín með einhverjum öðrum. En fyrst verða þeir að sigra undirstöðuatriði barnamatar - og þú líka!

Það er ekki alltaf eins einfalt og það kann að hljóma að færa barnið þitt úr fljótandi brjóstamjólk eða þurrmjólk yfir í stöðugt fastari fæðu. Mörgum mæðrum finnst að fæða barnið vera eitt af erfiðari og fyrirferðarmeiri verkefnum fyrsta árs. Hins vegar, með þessari handbók sem auðvelt er að fylgja eftir innan seilingar, geturðu kennt barninu þínu að borða af sjálfstrausti og færni. Með rétta þekkingu í höndunum munt þú lágmarka höfuðverk og tryggja að barnið þitt þrói matarhæfileika sína fljótt, skilvirkt og eins skemmtilegt og mögulegt er.

KORN

1. Hrískorn

Hráefni
- ¼ bolli hrísgrjónduft
- 1 bolli vatn

Leiðbeiningar
a) Hitið vatnið að suðu.
b) Á meðan hrært er skaltu bæta við hrísgrjónaduftinu.
c) Látið malla í um það bil 10 mínútur, hrærið stöðugt í.

2. Haframjöl Korn

Hráefni
- ¼ bolli malaður, stálskorinn hafrar
- ¾ bolli til 1 bolli vatn

Leiðbeiningar
a) Hitið vatnið að suðu.
b) Á meðan hrært er, bætið höfrunum saman við.
c) Látið malla í 1520 mínútur, hrærið oft.
d) Ábending: Þó að stálskornir hafrar taki lengri tíma að elda þá halda þeir meiri næringarefnum en skyndi- eða fljóteldaðir hafrar.

3. Byggkorn

Hráefni
- ¼ bolli malað bygg
- 1 bolli vatn

Leiðbeiningar
a) Hitið vatn að suðu.
b) Á meðan hrært er skaltu bæta bygginu við.
c) Látið malla í 10 mínútur, hrærið stöðugt í.

4. Ávaxtaríkur hrísgrjónagrautur

Hráefni
- ½ bolli hrísgrjónakorn
- ½ bolli eplamósa
- ¼ bolli hvítur þrúgusafi

Leiðbeiningar
a) Blandið saman hrísgrjónagraut og hvítum þrúgusafa í meðalstórri pönnu
b) Hitið hægt og hrært stöðugt í; ekki leyfa að sjóða
c) Hrærið eplamaukinu saman við

5. Banani hrísgrjónaskál

Hráefni
- ½ bolli hrísgrjónakorn
- 1 þroskaður banani

Leiðbeiningar
a) Maukið banana með gaffli
b) Maukið hrísgrjón í banana
c) Blandið þar til slétt, jöfn þéttleiki er náð

6. Bragðmikil hrísgrjón

Skammtar: 6-8

Hráefni
- 40 g laukur, saxaður
- 100 g basmati hrísgrjón
- 450ml sjóðandi vatn
- 140 g kartöflur
- 50 g harður ostur eins og cheddar eða Monterey Jack
- 23 saxaðir tómatar
- jurtaolía til matreiðslu

Leiðbeiningar
a) Steikið laukinn í smá olíu þar til hann er mjúkur. Hrærið basmati hrísgrjónunum út í og hellið sjóðandi vatninu yfir. Lokið og látið malla í 8 mínútur.
b) Blandið squash út í, setjið lok á og eldið í um það bil 12 mínútur í viðbót við vægan hita, hrærið þar til vatnið er frásogast. Þegar þetta er að eldast, steikið niðursöxuðu tómatana í 2 mínútur, hrærið ostinum saman við og blandið síðan blöndunum tveimur saman með gaffli áður en þær eru bornar fram.

7. Barnagrautur

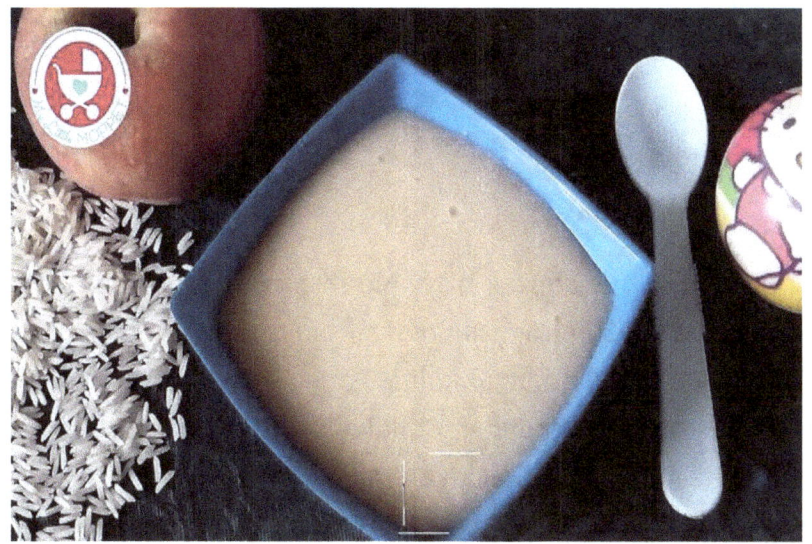

Skammtar: 2-3

Hráefni
- 1 epli, afhýtt og kjarnhreinsað
- 1 banani, afhýddur
- 6 matskeiðar barnamjólk eða kúamjólk
- 1 msk rúllaðir hafrar

Leiðbeiningar
a) Skerið eplið og bananann í 4 bita. Næst skaltu setja eplið á pönnu með smá sjóðandi vatni og steikja í 5 mínútur þar til það er mjúkt. Tæmið og látið kólna. Þegar það hefur kólnað skaltu setja eplið og bananann í bikarglas og mauka niður í sléttan þykkt með handvinnsluvélinni.

b) Á meðan skaltu setja mjólkina og hafrana á pönnu og hita varlega þar til það sýður og þykknar. Látið kólna og notið síðan handvinnsluvélina til að blanda saman við eplið og bananann.

8. Bircher músli

Skammtar: 3-4

Hráefni
- 2 matskeiðar hafrar
- 3 matskeiðar full feit kúamjólk
- 3 matskeiðar vatn
- 1 msk jógúrt
- 100 g þurrkaðir ávextir
- 1 lítil pera

Leiðbeiningar

a) Blandið öllum hráefnunum saman, nema perunni, lokið yfir og kælið yfir nótt. Áður en borið er fram, rífið peruna og hrærið saman við hafrablönduna.

b) Berið fram kalt á sumrin, eða hitið varlega fyrir hlýjan vetrarmorgunverð.

ÁVEXTIR

9. Apríkósumauk

Hráefni
- 1 bolli saxaðar apríkósur
- 1 bolli eplasafi, hvítur þrúgusafi eða vatn

Leiðbeiningar
a) Hitið ávexti og vökva að suðu í litlum og meðalstórum potti.
b) Látið malla í 810 mínútur
c) Sigtið blönduna í blandara; geymdu afganginn af vökvanum.
d) Notaðu blandarann til að mauka blönduna. Bætið afgangnum af vökvanum út í þar til þú nærð æskilegri þéttleika.

10. Blandað ávaxta eplamósa

Hráefni

- 1 bolli skrældar eplabitar
- ½ bolli ávextir að eigin vali
- 1 ½ bolli vatn

Leiðbeiningar

a) Bætið ávöxtum og vatni í meðalstóran pott.
b) Sjóðið þar til ávextirnir eru mjúkir.
c) Tæmið, geymið afganginn af vökvanum.
d) Stappaðu ávaxtablönduna með gaffli eða kartöflustöppu.
e) Setjið blönduna í blandara eða matvinnsluvél og maukið.
f) Bætið afgangi af vökva út í þar til þú nærð æskilegri þéttleika.

11. Banana avókadósúður

Hráefni
- 1 þroskaður banani
- 1 þroskað avókadó

Leiðbeiningar
a) Afhýðið banana og bætið í skál.
b) Afhýðið avókadó, fjarlægið fræ og skerið í bita. Bætið í skálina.
c) Maukið banana og avókadó saman við með gaffli þar til æskilegri þéttleika er náð.

12. Mangó teningur

Hráefni
- 1 þroskað mangó

Leiðbeiningar
a) Flysjið mangóið og fjarlægið fræið
b) Skerið ávextina í litla bita
c) Frysta

13. Peach Smoothie

Hráefni
- 1 þroskuð ferskja
- 2 matskeiðar móðurmjólk eða þurrmjólk

Leiðbeiningar
a) Gufðu ferskjuna þar til hún er mjúk
b) Fjarlægðu húðina og holuna
c) Þegar það er kólnað maukið ávextina í blandara eða matvinnsluvél
d) Bætið við móðurmjólk eða formúlu þar til æskilegri samkvæmni er náð

14. Epli og brómberjafífl

Skammtar: 3-4

Hráefni
- Eitt epli (um 100 g), afhýtt, kjarnhreinsað og saxað
- 50 g brómber
- 150 g af fullri jógúrt

Leiðbeiningar
a) Eldið hakkað epli ásamt þveginum brómberjum í 5 mínútur. Maukið með smá vatni með handvinnsluvélinni.
b) Látið kólna og blandið saman við jógúrtina áður en hún er borin fram.

15. Sveskju- og kirsuberjakompott

Skammtar: 1 til 2 teskeiðar

Hráefni
- 250ml vatn
- 60 g þurrkaðar apríkósur, saxaðar
- 25g ljós púðursykur
- 1/2 tsk saxaður sítrónubörkur
- klípa kanil
- 60 g grófhreinsaðar sveskjur, helmingaðar
- 30 g þurrkuð kirsuber
- ½ tsk vanillu essens

Leiðbeiningar
a) Hitið vatnið á stórri, þungbotna pönnu og hitið apríkósur, púðursykur, sítrónuberki og kanil að suðu við háan hita. Lækkið hitann og látið malla án loksins í 5 mínútur. Hellið blöndunni í stóra skál; hrærið sveskjum, þurrkuðum kirsuberjum og vanillu saman við. Blandið með handvinnsluvél
b) og berið fram við stofuhita.

16. Ávaxtaríkt kjötbaka

Gerir u.þ.b. 300g

Hráefni
- 150 g nautahakk,
- 50 g laukur, skorinn í fjórða
- 30 g sultana
- 1 eldunarepli afhýtt, kjarnhreinsað og skorið í teninga
- 1 msk tómatpuré
- 2 matskeiðar heimabakað (eða annað saltlaust) nautakraft
- 100 g soðin, kartöflumús
- 150ml sjóðandi vatn

Leiðbeiningar
a) Hitið ofninn í 180°C. Blandið saman nautakjöti, lauk, sultana og eplum í eldfast mót. Notaðu handvinnsluvélina, blandaðu tómatmaukinu saman við soðið og bætið út í nautakjötsblönduna.

b) Lokið og eldið í 30 mínútur. Setjið kartöflumús ofan á kjötblönduna.

GRÆNTÆMI

17. **Blandað grænmeti**

Hráefni
- ½ bolli sneiðar gulrætur
- ½ bolli saxaður parsnip, afhýdd
- ½ bolli frosnar baunir

Leiðbeiningar
a) Gufið gulrætur, baunir og pastinak þar til þær eru mjúkar
b) Tæmdu
c) Maukið í blandara eða matvinnsluvél, bætið við auka vatni þar til æskilegt þykkt er náð

18. Kvöldverður Veg

Hráefni
- ½ bolli frosnar grænar baunir
- 1 skrældar kartöflur í teningum
- ½ bolli kúrbít
- ¼ bolli saxaðar gulrætur

Leiðbeiningar
a) Bætið öllu grænmeti í meðalstóran pott; hylja með vatni til ½ tommu yfir yfirborði grænmetisins.
b) Sjóðið þar til það er mjúkt
c) Maukið með gaffli eða mauki í blandara eða matvinnsluvél

19. Skvass blanda

Hráefni

- ½ bolli saxaður kúrbít
- ½ bolli saxaður sumarsquash
- ½ bolli skrældar, saxaðar sætar kartöflur
- 1 matskeið saxaður laukur

Leiðbeiningar

a) Setjið grænmeti í meðalstóran pott; hylja með vatni til ½ tommu fyrir ofan grænmetið
b) Látið malla þar til það er mjúkt
c) Maukið eða maukið þar til blandan nær æskilegri þéttleika

20. Berry sætar kartöflur

Hráefni
- 1 sæt kartöflu, afhýdd og skorin í teninga
- ½ bolli frosin blönduð ber, þíða

Leiðbeiningar
a) Gufið sætu kartöflubitana þar til þeir eru mjúkir
b) Tæmið, bætið í matvinnsluvél eða blandara
c) Bætið þíddum berjum út í
d) Maukið í æskilega þéttleika

21. Blómkálsmauk

Hráefni
- 1 bolli saxað blómkál
- 1 bolli frosnar baunir
- 1 bolli bakað butternut squash kjöt

Leiðbeiningar
a) Gufið frosnar baunir og saxað blómkál þar til þær eru mjúkar
b) Bætið ertum, blómkáli og squash í matvinnsluvél eða blandara
c) Maukið í æskilega þéttleika

22. Kúrbítspasta

Skammtar: 2-3

Hráefni
- 50 g af soðnum litlum pastaformum
- 1 meðalstór kúrbít, sneið
- 1 tsk graslaukur
- skvetta af jurta- eða ólífuolíu
- 25 g rifinn ostur

Leiðbeiningar
a) Látið kúrbítinn gufa í um 3 mínútur (þar til hann er mjúkur). Bætið við smá olíu og blandið saman með handvinnsluvélinni og blandið saman þannig að það verði þykkt og hrærið síðan graslauknum saman við.

b) Hellið kúrbítnum yfir heitt pasta. Bætið við smá rifnum osti ef vill.

23. Tómatar og kartöflur með oregano

Skammtar: 6

Hráefni
- 125 g kartöflur, skrældar og saxaðar
- 100 g blómkál í litlum blómkálum
- 30 g smjör
- 200 g niðursoðnir tómatar
- klípa af oregano
- 35 g rifinn tvöfaldur Gloucester ostur

Leiðbeiningar
a) Setjið kartöfluna í pönnu með sjóðandi vatni, lækkið hitann og látið malla í 7 mínútur, bætið svo blómkálsflögum út í og látið malla þar til allt grænmetið er meyrt. Hellið af og bætið svo tómötunum og öðru hráefni út í.
b) Blandið saman í áferð með því að nota handvinnsluvélina.

24. Rjómalagt grænmeti

Skammtar: 2-3

Hráefni
- 1 lítil gulrót afhýdd og saxuð
- 1 lítill kúrbít saxaður
- 2 spergilkál
- 2 matskeiðar full feit mjólk
- 1 msk barnagrjón

Leiðbeiningar
a) Gufðu grænmetið þar til það er aðeins mjúkt, þetta tekur 6 mínútur. Á meðan skaltu hita mjólkina og búa til barnahrísgrjónin samkvæmt leiðbeiningum framleiðanda. Tæmið grænmetið og látið kólna aðeins.

b) Setjið nú grænmetið í bikarglas, bætið svo barnahrísgrjónum saman við og maukið með handvinnsluvélinni til að verða slétt.

25. Banani risotto

Skammtar: 10

Hráefni
- 225 g risotto hrísgrjón
- 50 g smjörlíki
- 50 g laukur, skorinn í fjórða og saxað
- 30g hveiti
- 550 ml mjólk
- 30 g parmesanostur
- 450g ekki of þroskaðir bananar

Leiðbeiningar
a) Sjóðið hrísgrjónin í sjóðandi vatni þar til þau eru mjúk (u.þ.b. 15 mínútur). Á meðan er laukurinn saxaður og steiktur varlega þar til hann er mjúkur í smá af smjörlíkinu. Hrærið soðnum lauk út í soðnu hrísgrjónin.
b) Bræðið smjörlíkið sem eftir er á sér pönnu og hrærið hveitinu saman við. Bætið mjólkinni hægt út í og hrærið stöðugt í.
c) Látið suðuna koma upp og látið malla í 1 mínútu. Bætið ostinum út í og hrærið þar til hann bráðnar. Afhýðið og skerið bananana og blandið saman við hrísgrjónablönduna.
d) Blandið öllu hráefninu saman í stutta stund með því að nota handvinnsluvélina.

26. Ostur kúrbít risotto

Skammtar: 3-4

Hráefni
- 2 matskeiðar ólífuolía
- 50 g risotto hrísgrjón
- 100ml heitt vatn eða ósaltað grænmetiskraft
- 80 g kúrbítur , skorinn í bita
- 20g harður ostur smátt saxaður

Leiðbeiningar
a) Bætið hrísgrjónunum út í olíuna á pönnu og hrærið til að hjúpa kornin. Hyljið hrísgrjónin með heitu vatni, hrærið og látið malla í 12 mínútur, bætið við meira vatni/soði ef þarf. Næst skaltu bæta kúrbítnum út í og hræra vel.

b) Eldið í 5 mínútur í viðbót. Þegar hrísgrjónin eru orðin mjög mjúk er ostinum bætt út í og hrært. Maukið með handvinnsluvélinni þinni.

27. Baby ratatouille

Skammtar: 4

Hráefni
- 1 tsk ólífuolía
- 40 g laukur, skorinn í fjórða og smátt saxaður
- 40 g kúrbítur , skorinn í teninga
- 1 lítil rauð paprika, fræhreinsuð og skorin í teninga
- 4 tómatar, roðhreinsaðir og fræhreinsaðir (eða hálf dós af söxuðum tómötum)

Leiðbeiningar
a) Hitið olíuna á pönnu og steikið laukinn þar til hann er mjúkur og bætið svo hinu grænmetinu út í. Hrærið einu sinni og hyljið síðan og lækkið hitann.

b) Látið malla þar til grænmetið er orðið mjúkt. Látið kólna aðeins og maukið síðan á pönnunni með handvinnsluvélinni. Berið fram með kartöflumauki.

28. Baby gúllas

Skammtar: 3-4

Hráefni
1. 50 g nautahakk
2. 68 sveppir, saxaðir
3. 150ml venjulegur fromage fráis
4. 1 matskeið tómatsósa

Leiðbeiningar
a) Brúnið nautahakkið á stórri pönnu og hellið umframfitu af. Blandið öllum hinum hráefnunum saman á sömu pönnu og hrærið á meðan.
b) Látið malla í 15 mínútur og leyfið síðan að kólna. Maukið á pönnunni með handvinnsluvélinni.
c) Berið fram með þykkri maukuðum kartöflum.

29. Blómkáls ostur

Skammtar: 3-4

Hráefni
- 200 g blómkál, þvegið
- 20 g smjör
- 2 teskeiðar af venjulegu hveiti
- 200 ml mjólk
- 40 g rifinn meðalharður ostur eins og cheddar, gruyere eða gouda

Leiðbeiningar
a) Skiptið blómkálinu í litla blóma og látið gufa í 10 12 mínútur. Á meðan, búið til sósuna með því að bræða smjörið á lítilli pönnu, hræra hveiti út í til að fá slétt deig, bæta við mjólk og hræra þar til það þykknar. Takið pönnuna af hitanum og hrærið rifna ostinum saman við.
b) Bætið blómkáli út í og maukið á pönnunni með handvinnsluvélinni.

30. Gulrótar-, blómkáls-, spínat- og ostamauk

Skammtar: 2-3

Hráefni
- 1 stór gulrót, afhýdd og skorin í stóra bita
- 50 g blómkál (skorið í litla bita)
- 1/3 dós saxaðir tómatar
- 30g rifinn harður ostur eins og parmesan
- 50 g barnaspínat lauf

Leiðbeiningar

a) Gufið gulrót og blómkál þar til mjúkt. Sett til hliðar til að kólna aðeins. Á meðan hitarðu niðursoðnu tómatana á annarri pönnu og hrærðu ostinum út í þegar þeir eru orðnir að fullu.

b) Þegar osturinn hefur bráðnað bætið við spínatinu og eldið, hrærið þar til það visnar.

31. Osta- og grænmetisdrykkur

Skammtar: 68 | Gerir u.þ.b. 450g | Eldunartími: 20 mínútur

Hráefni

- 250 g kartöflur, skrældar og skornar í litla teninga
- 50 g sætar kartöflur, skrældar og saxaðar
- 25 g ósaltað smjör
- ½ lítill blaðlaukur, smátt saxaður
- 1 matskeiðar hveiti
- 100ml mjólk
- 50 g rifinn ostur

Leiðbeiningar

a) Hyljið kartöflurnar og sætu kartöflurnar með sjóðandi vatni á pönnu og látið malla þar til þær eru mjúkar (um það bil 1015 mínútur). Fjarlægðu helminginn af kartöflunum og settu til hliðar, maukaðu síðan kartöflurnar sem eftir eru og matreiðsluvatnið á pönnunni með handvinnsluvélinni.

b) Bræðið smjörið í potti og steikið blaðlaukinn þar til hann er mjúkur.

c) Hrærið hveitinu út í, bætið síðan mjólkinni rólega út í og hrærið allan tímann. Hrærið maukað grænmeti, soðnum kartöfluteningum og osti út í sósuna og berið fram þegar það

d) er nógu kalt til að borða.

32. Kartöflu og avókadó salat

Skammtar: 5-6

Hráefni
- 1 stór kartöflu, afhýdd og skorin í litla teninga
- 1 avókadó, afhýtt og steinn fjarlægður
- 1 msk grísk jógúrt

Leiðbeiningar
a) Sjóðið kartöfluna þar til þær eru mjúkar (um það bil 10 - 15 mínútur). Blandið avókadóinu með handvinnsluvélinni og hrærið jógúrtinni saman við. Bætið soðnu kartöflunni við avókadóið og jógúrtið á meðan það er enn heitt.
b) Berið fram heitt eða í kæli og berið fram kælt.

33. Eplakúskús

Skammtar: 4

Hráefni
- 100g kúskús í bleyti í volgum eplasafa í 5 mínútur
- 2 matskeiðar náttúruleg jógúrt
- 50 g soðið epli

Leiðbeiningar
a) Blandið öllu hráefninu saman í bikarglasinu og blandið í 5 - 10 sekúndur með handvinnsluvélinni.

34. Smjörhnetupasta form

Skammtar: 4

Hráefni
- 100 g af litlum pastaformum
- 100 g soðnar kartöflur
- ósykraðan eplasafa

Leiðbeiningar
a) Sjóðið pastað í 10 - 15 mínútur. Á meðan pastað er að eldast skaltu blanda leiðsögninni saman við smá eplasafa til að búa til sósu.
b) Hitið sósuna og hellið yfir soðið pastað til að bera fram.

35. Vetrarávaxtasalat

Skammtar: 8

Hráefni
- 500 g þurrkaðir ávextir (sveskjur, perur, apríkósur, fíkjur)
- 600ml vatn
- 2 dropar vanillu essens
- 1 msk ferskur sítrónusafi
- Jógúrt, til að bera fram

Leiðbeiningar
a) Setjið ávextina og vatnið í stóran pott. Bætið vanilluþykkni út í. Látið suðuna koma upp og hrærið síðan vel, lækkið hitann og látið malla í 10 mínútur þar til það verður síróp. Takið pönnuna af hellunni, hellið síðan ávöxtunum og vökvanum í skál þegar það hefur kólnað aðeins og kreistið smá sítrónusafa út í. Maukið varlega með handvinnsluvélinni.
b) Má bera fram heitt eða kælt, með jógúrtklumpi ofan á.
c) Aðrir fjölskyldumeðlimir munu elska þetta hlýnandi vetrarávaxtasalat. Þú gætir viljað sætta örlítið með smá hunangi eða púðursykri og sleppa maukunarstigi.

36. Pasta með ostaðri tómatsósu

Skammtar: 2

Hráefni

- 1 tsk ólífuolía
- 50 g laukur, skorinn í fjórða og fínt
- 80 g gulrót, skrældar, skornar í bita og fínt
- 1 lárviðarlauf
- 150 g saxaðir tómatar
- 2 tsk rifinn cheddar eða parmesan
- 1 msk lítil pastaform

Leiðbeiningar

a) Hitið olíuna á lítilli pönnu. Steikið laukinn og gulrótina létt þar til þeir eru mjúkir, setjið síðan helminginn af blöndunni til hliðar. Við afganginn, bætið lárviðarlaufinu og söxuðum tómötum út í.

b) Lokið og látið malla í 10 mínútur, hrærið af og til. Takið af hitanum, bætið osti út í og hrærið. Eldið og tæmið pastað.

c) Fjarlægðu lárviðarlaufið úr sósunni og maukaðu síðan með handvinnsluvélinni. Bætið tæmdu pastanu og grænmetinu sem þú lagðir til hliðar áðan saman við, blandaðu saman og berðu fram.

37. Soja, kúrbít og tómatpasta

Skammtar: 3

Hráefni

- 1 tsk jurtaolía
- 40 g laukur, skorinn í fjórða og smátt saxað
- 40 g kúrbít skorinn í bita
- 50 g sojahakk
- 200 g niðursoðnir niðursoðnir tómatar
- 1 msk ferskur ósykraður eplasafi
- fersk basilíkublöð, saxuð
- 35 g þurrkað pasta

Leiðbeiningar

a) Setjið jurtaolíuna á pönnu yfir miðlungs hita, bætið lauknum út í og eldið þar til það er mjúkt. Bætið kúrbítunum út í og eldið þar til þeir eru mjúkir. Hrærið sojahakkinu saman við og haltu áfram að elda þar til það er pípa heitt og jafnbrúnt. Bætið tómötunum út í og leyfið að malla í 5 mínútur. Bætið eplasafanum og ferskri basilíku út í og eldið í 5 mínútur í viðbót þar til sósan þykknar.

b) Á meðan er pastað soðið. Þegar sósan er tilbúin, látið standa þar til hún hefur kólnað aðeins, blandið síðan í pönnuna með handvinnsluvélinni til að fá slétta tómatsósu.

c) Bætið soðnu pastanu saman við og blandið saman þannig að það verði auðmeltanlegt.

38. kúrbít paté

Skammtar: 4

Hráefni
- 2 meðalstórir kúrbítar , skornir í bita
- 75 g rjómaostur
- Lítil klípa af papriku
- Örlítið klípa af fersku dilli

Leiðbeiningar
a) kúrbítana gufa þar til þeir eru mjúkir (6 8 mínútur), maukið þá í bikarglasi með handvinnsluvélinni og látið kólna.
b) Blandið rjómaostinum út í, bætið við kryddjurtum og berið svo fram. Berið fram með bitum af ristuðu brauði.

39. Rísotto með sætum maís

Skammtar: 4

Hráefni
- 1 meðalstór laukur, saxaður
- handfylli frosið maís
- 125 g hrísgrjón
- 50 g hnífur af parmesanosti saxaður, síðan rifinn smátt
- 500ml saltlaust grænmetis- eða kjúklingakraftur
- 1 matskeiðar jurtaolía

Leiðbeiningar

a) Mýkið laukinn í olíu, bætið hrísgrjónunum út í og hitið í 2 mínútur, þar til hrísgrjónin eru vel húðuð í olíu.

b) Hellið soðinu hægt út í í 15 mínútur á meðan hrært er reglulega þar til hrísgrjónin verða mjúk og klístruð. Eftir 7 mínútur, bætið sætukorninu út í.

c) Þegar hrísgrjón og maís eru bæði vel soðin, bætið þá við parmesan og hrærið vandlega saman við.

40. Jógúrt og kotasælupasta

Skammtar: 4

Hráefni
- 120 g núðlur
- 100ml hrein jógúrt
- 100 g kotasæla
- 60 g vorlaukur, saxaður
- 1/2 hvítlauksgeiri, saxaður
- 2 tsk ferskt oregano, saxað
- 1 matskeiðar smjör

Leiðbeiningar
a) Eldið núðlurnar samkvæmt leiðbeiningum framleiðanda, hellið síðan af og látið þær liggja til hliðar.

b) Blandið því næst saman hinu hráefninu nema smjörinu og maukinu með handvinnsluvélinni. Hitið blönduna varlega, hrærið síðan smjörinu út í núðlurnar, blandið núðlunum saman við jógúrtblönduna og berið fram.

41. Pasta með kúrbít

Skammtar: 6

Hráefni
- handfylli af furuhnetum
- 250 g fyllt tortellini
- 50 g smjör
- 160 g kúrbít skorinn í bita
- 1 hvítlauksgeiri, saxaður
- kreisti af sítrónu
- 23 basilíkublöð

Leiðbeiningar

a) Ristaðu furuhnetur létt á þurri pönnu við vægan hita þar til ljósbrúnar á litinn – passaðu þig, þær brenna auðveldlega! Myljið síðan furuhneturnar smátt með stöpli og mortéli.

b) Eldið tortellini í samræmi við leiðbeiningar framleiðanda og skolið síðan af. Steikið kúrbít og hvítlauk í smjöri í um það bil 2 mínútur þar til það er nógu mjúkt til að barnið þitt geti borðað, bætið síðan við smá sítrónu. Bætið soðnu tortellini saman við og blandið vel saman.

KJÖT/FISKUR

42. Basic Nautakjötsmauk

Hráefni
- 1 bolli skorið, soðið nautakjöt
- ½ bolli vatn

Leiðbeiningar
a) Bætið nautakjöti í matvinnsluvél eða blandara og búið til fínt mauk
b) Haltu áfram að mauka þar til æskilegri þéttleika er náð

43. Basic kjúklingamauk

Hráefni
- 1 bolli soðin kjúklingabringa í teningi
- $\frac{1}{2}$ bolli natríumsnautt kjúklingasoð

Leiðbeiningar
a) Bætið nautakjöti í matvinnsluvél eða blandara og búið til fínt mauk

b) Haldið áfram að mauka, bætið við seyði þar til æskilegri samkvæmni er náð

44. Grunnfiskamauk

Hráefni
- 1 bolli soðinn beinlaus hvítur fiskur
- ¼ bolli vatn

Leiðbeiningar
a) Bætið fiskinum í matvinnsluvél eða blandara
b) Maukið þar til æskilegri þéttleika er náð, bætið við vatni eftir þörfum

45. Barnaeggjakaka

Hráefni
- 1 eggjarauða
- ¼ bolli mjólk
- ¼ bolli rifinn cheddar ostur
- ¼ bolli maukaðar gulrætur

Leiðbeiningar
a) Blandið hráefninu saman í skál
b) Hrærið vel saman
c) Bætið á pönnu
d) Hrærið þar til það er ekki lengur rennt

46. Rjómalöguð kjúklingapott

Hráefni
- 1 söxuð kjúklingabringa
- 1 skrældar og saxaðar kartöflur
- ½ bolli saxaðar gulrætur
- ½ bolli saxaður sumarsquash
- ½ bolli jógúrt

Leiðbeiningar
a) Blandið kjúklingi, grænmeti og kryddi saman í pott
b) Lokið með vatni og látið suðuna koma upp.
c) Lækkið hitann, lokið og látið malla í 30-45 mínútur eða þar til kjúklingurinn er fulleldaður og grænmetið mjúkt
d) Látið kólna
e) Bætið kjúklingi og grænmeti í matvinnsluvél eða blandara og maukið í æskilega samkvæmni, bætið afgangi af vökva út í eftir þörfum
f) Bætið við jógúrt, haltu áfram að mauka að æskilegri samkvæmni

47. Fiskikvöldverður

Skammtar: 2

Hráefni
- 25 g soðinn hvítur fiskur (flök)
- 1 matskeiðar soðnar gulrætur
- 1 matskeiðar soðnar kartöflur
- 1 msk mjólk
- lítill smjörhnúður

Leiðbeiningar

a) Skerið gulræturnar og kartöflurnar í teninga og bætið í pönnu með sjóðandi vatni. Lokið og látið malla. Eftir 7 mínútur, setjið fiskinn í smá mjólk eða vatn þar til hann er eldaður í gegn.

b) Takið allt hráefni af hellunni, hellið af og látið kólna. Bætið öllu hráefninu á pönnuna og maukið með handvinnsluvélinni.

48. Lifrarkvöldverður

Skammtar: 4-5

Hráefni
- 25 g lambalifur
- 1 msk soðið spínat eða hvítkál
- 1 matskeiðar soðnar kartöflur
- 3 matskeiðar soð

Leiðbeiningar
a) steikið í smá olíu í um það bil 10 mínútur, eða þar til það er eldað í gegn. Á meðan skaltu setja kartöflurnar í pönnu með sjóðandi vatni og elda í um 7 mínútur. Bætið kálinu út í og eldið í 6 mínútur til viðbótar.

b) Tæmdu grænmetið, settu síðan allt hráefnið í skál og blandaðu þar til það er slétt með handvinnsluvélinni, bætið við sósu eða soði til að mýkja blönduna eftir þörfum.

49. Létt kjúklinga- og bananamáltíð

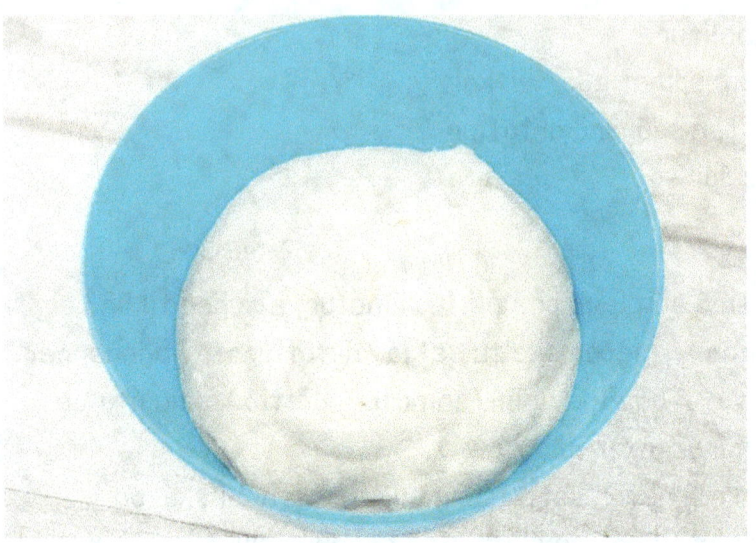

Skammtar: 6

Hráefni
- 1 beinlaus, roðlaus kjúklingabringa (u.þ.b. 100g)
- 1 lítill, þroskaður banani
- 100ml kókosmjólk

Leiðbeiningar
a) Hitið ofninn í 180°C. Skerið kjúklingabringuna í tvennt eftir lengdinni og fyllið með banana. Setjið í lítið eldfast mót og toppið með kókosmjólk.
b) Bakið við 180°C í 40 mínútur, eða þar til kjúklingurinn er vel eldaður.
c) Látið kólna, skerið í bita og maukið með handvinnsluvélinni.

50. Lambakjöt með perlubyggi

Skammtar: 3-4

Hráefni
- 60 g magurt lambahakk
- 50 g perlubygg
- 1 msk. tómatmauk
- ½ hvítlauksgeiri
- 40 g laukur, skorinn í fjórða
- 80 g gulrót, skorin í bita

Leiðbeiningar
a) Hitið olíuna á pönnu, bætið svo niðurskornu grænmetinu út í og steikið í 5 mínútur áður en lambahakkinu er bætt út í. Steikið í 5 mínútur til viðbótar þar til lambakjötið er brúnt, bætið síðan við perlubygginu og tómatmaukinu. Lokið með vatni, hrærið og látið malla í 45 mínútur, hrærið af og til.
b) Þegar það er soðið, látið kólna aðeins og maukið síðan með handvinnsluvélinni að tilskildu þykktinni.

51. Apríkósu kjúklingur

Skammtar: 2-3

Hráefni
- 1 lítil kjúklingabringa, skorin í teninga (ca. 70g)
- 4 þurrkaðar apríkósur
- 1 skalottlaukur
- 1/2 kanilstöng

Leiðbeiningar
a) Saxið skalottlaukana. Hrærið ásamt apríkósunum og hægelduðum kjúklingi í ögn af ólífuolíu. Hyljið með vatni og bætið við kanilstöng. Látið malla varlega í 20 mínútur þar til apríkósurnar eru mjúkar og sósan orðin síróp. Fleygðu kanil.
b) Blandið í pönnuna með handvinnsluvélinni þar til það er seigt þykkt.
c) Berið fram með maukuðum kartöflum.

52. Bragðmikil kjúklingapott

Skammtar: 4-6

Hráefni
- 1 lítill laukur
- 1 kjúklingabringa, afhýdd og skorin í teninga (um 100 g)
- 1 eftirréttaskeið ólífuolía
- 1 gulrót, afhýdd og skorin í teninga
- 1 lárviðarlauf
- 2 sveppir, þurrkaðir og þunnar sneiðar
- 140ml vatn
- 50 g frosnar petites pois , þiðnar

Leiðbeiningar
a) Saxið laukinn og steikið síðan varlega með kjúklingnum þar til kjúklingurinn er eldaður á öllum hliðum. Bætið grænmetinu, lárviðarlaufinu og vatni saman við. Lokið og látið malla varlega í 1520 mínútur, áður en ertum er bætt út í. Eldið í 5 mínútur í viðbót þar til baunirnar eru orðnar í gegn.

b) Fjarlægðu lárviðarlaufið og blandaðu það þannig að það hæfi barninu þínu með handvinnsluvélinni. Berið fram með maukuðum kartöflum eða pastabitum.

53. Túnfiskdýfa

Skammtar: 6

Hráefni
- 30 g venjulegur fromage fráis
- 100g niðursoðinn túnfiskur í sólblómaolíu
- 2 sólþurrkaðir tómatar
- 20 g þykk crème fraîche
-

Leiðbeiningar

a) Tæmdu túnfiskinn og blandaðu saman við fromage frais og saxaðir sólþurrkaðir tómatar með handvinnsluvélinni.

b) Bætið crème fraîche út í og kælið í klukkutíma áður en það er borið fram.

c) Berið fram með ristuðu brauði eða hrísgrjónakökum.

54. Kjúklinga- og perumauk

Skammtar: 3-4

Hráefni
- 1 roðlaus kjúklingabringa, skorin í teninga
- 1 pera, kjarnhreinsuð og skorin í teninga
- 1 meðalstór sæt kartöflu, skrældar og skornar í teninga
- 120 g kúrbít, smátt saxað
- 500ml saltsnautt grænmetis- eða kjúklingakraftur

Leiðbeiningar
a) Setjið soðið í stóra pönnu og látið suðuna koma upp. Bætið kjúklingnum út í, lækkið hitann og látið malla í 10 mínútur. Bætið sætu kartöflunni og perunni út í og látið malla í 10 mínútur til viðbótar.

b) Bætið kúrbítnum út í og eldið í 5 mínútur í viðbót, þar til allt hráefnið er soðið og mjúkt. Maukið á pönnunni með handvinnsluvélinni.

55. Kjúklinga- og kartöflumús

Skammtar: 6-8

Hráefni
- 200 g soðnar kartöflur
- 100 g eldaður kjúklingur
- 125 g soðin brún hrísgrjón

Leiðbeiningar
a) Settu allt hráefnið í bikarglas með smá vatni eða venjulegri mjólk barnsins þíns og maukaðu með handvinnsluvélinni í áferð sem hæfir barninu þínu

56. Kjúklingur með maís og peru

Skammtar: 4-6

Hráefni

- 100 g kjúklingur
- 50 g laukur, skorinn í fjórða og síðan saxaður
- 1 matskeiðar ólífuolía
- 50 g maís
- 1 meðalstór kartöflu, skrældar og saxaðar
- $\frac{1}{2}$ lítil pera, afhýdd, kjarnhreinsuð og saxuð
- 225 ml saltsnautt kjúklinga- eða grænmetiskraftur

Leiðbeiningar

a) Þvoið kjúklinginn og skerið síðan í sneiðar. Steikið laukinn varlega þar til hann er mjúkur, bætið þá kjúklingnum út í og steikið í 10 mínútur þar til hann er eldaður í gegn.

b) Bætið grænmetinu og kartöflunum út í, hellið soðinu út í og látið malla rólega í 15 – 20 mínútur. Blandið að lokum í pönnuna með handvinnsluvélinni.

57. Nautapottréttur með gulrótarmauki

Skammtar: 8-10

Hráefni
- 250 g nautasteik, í teningum
- 2 tsk ólífuolía
- 1 skalottlaukur, saxaður
- 1 gulrót afhýdd og skorin í 2 tommu bita
- 2 meðalstórar kartöflur, skrældar og skornar í teninga
- 250ml vatn

Leiðbeiningar
a) Hitið olíuna á pönnu yfir meðalhita, bætið síðan nautakjötinu út í og steikið í 2 3 mínútur þar til það er brúnt yfir allt. Bætið grænmetinu, kartöflunum og vatni út í, hrærið og látið suðuna koma upp. Lækkið síðan hitann, lokið á og látið malla varlega í um eina klukkustund eða þar til nautakjötið og grænmetið er meyrt. Maukið á pönnunni með því að nota handvinnsluvélina þar til þú nærð nauðsynlegri áferð fyrir
b) barnið þitt.
c) Fyrir bragðgóðan fjölskyldupottrétt skaltu einfaldlega sleppa maukunarstigi og bera fram fyrir fjölskyldu þína með bökuðri kartöflu eða bitum af fersku brauði.

58. Steiktur kjúklingur og grænmetissoð

Skammtar: 6-8

Hráefni
- 150 g litla bita af roðlausu bringakjöti af ristuðum kjúklingi
- 100 g graskerskjöt, skorið í teninga
- 100 g sætar kartöflur, í teningum
- 2 matskeiðar baunir
- 2 matskeiðar maís
- kælt soðið vatn

Leiðbeiningar
a) Saxið kjúklingakjötið smátt og setjið til hliðar. Gufðu graskerið, sætu kartöfluna, baunir og maís. Maukið kjúklinginn og grænmetið með handvinnsluvélinni. Notaðu kælt soðna vatnið til að þynna maukið niður í æskilega þéttleika. Látið kólna og berið fram.

59. Kalkúnn og apríkósu hamborgari

Gerir. U.þ.b. 300g

Hráefni
- 50 g laukur, skorinn í fjórða og saxað viðhengi
- 1 tsk ólífuolía
- 150 g kalkúnabringur
- 60 g ferskt heilmáltíðarbrauðrasp
- 2 saxaðar apríkósur
- 1/2 meðalstórt egg þeytt
- 2 matskeiðar sólblómaolía, til steikingar

Leiðbeiningar
a) Steikið laukinn í ólífuolíunni við meðalhita þar til hann er mjúkur, leyfið honum síðan að kólna, setjið síðan kalkúnahakkið og soðna laukinn í stóra skál, bætið afganginum út í og blandið vandlega saman með gaffli.
b) Notaðu tvær eftirréttarskeiðar til að móta smáböku af blöndunni gróflega og hella varlega í heita steikarpönnu, þrýstu aðeins á til að fletja hamborgarann út.
c) Eldið þar til það er vel brúnt á hvorri hlið og látið hvíla í 23 mínútur áður en það er borið fram.

60. Bragðgott kjúklingakúskús

Skammtar: 4

Hráefni
- 100 g kúskús
- 20 g smjör
- 50 g blaðlaukur skorinn í bita og smátt saxaður
- 50 g kjúklingabringur, húð fjarlægð og skorin í teninga
- 25 g gulrætur, skrældar og skornar í teninga
- 200ml saltlaust kjúklingakraftur

Leiðbeiningar
a) Bræðið smjör á pönnu, bætið síðan við blaðlauknum og mýkið. Bætið næst kjúklingnum út í og steikið þar til hann er eldaður í gegn.

b) Á meðan kjúklingurinn er að eldast skaltu sjóða gulrótina þar til hún er mjúk (um það bil 10 mínútur). Hellið sjóðandi vatni yfir soðið teninginn og bætið síðan við kúskúsið á pönnu og látið vera af hitanum í 3 til 4 mínútur. Þeytið upp með gaffli og bætið kjúklingnum og gulrótunum út í.

c) Til að fá mýkri samkvæmni skaltu mauka með handvinnsluvélinni.

61. Krakka kjötbollur í sósu

Gerir u.þ.b. 25-30 kjötbollur

Hráefni
Kjötbollur:
- 250 g magurt svínahakk
- 50 g laukur, skorinn í fjórða og saxað
- 60 g takkasveppir, smátt saxaðir
- 100 g brauðrasp og 2 eggjarauður
- 1 matskeiðar jurtaolía

Tómatsósa:
- 250 g ferskir tómatar, roðhreinsaðir, fræhreinsaðir og saxaðir
- 150ml vatn eða grænmetiskraftur og hálfur lítill laukur, smátt saxaður og 1 msk tómatmauk
- 1 msk fínt saxaðar ferskar kryddjurtir eins og basil, steinselja eða timjan

Leiðbeiningar
a) Hitið ofninn í 180°C. Saxið hráefnin, blandið saman og skiptið blöndunni í u.þ.b. 25 kúlur sem eiga að geyma í kæli á meðan þið búið til sósuna. Til að búa til sósuna, setjið allt hráefnið á pönnu og látið suðuna koma upp og látið malla í um 20 mínútur við lækkuðum hita.

b) Eftir að hafa leyft að kólna, blandaðu í pönnuna með handvinnsluvélinni. Steikið á pönnu með olíu í um það bil 10 mínútur

SÚPA

62. Kjúklingasúpa

Hráefni
- 1 bolli saxaðar kjúklingabringur, ósoðnar
- ¼ bolli saxaður laukur
- ¼ bolli saxuð gulrót
- ½ bolli saxaður kúrbít
- 4 bollar vatn

Leiðbeiningar
a) Blandið hráefninu saman í pott og látið suðuna koma upp
b) Lækkið hitann, lokið á og látið malla í 3045 mínútur, eða þar til kjúklingurinn er vel eldaður og gulræturnar mjúkar
c) Látið kólna
d) Sigtið í matvinnsluvél eða blandara og maukið, bætið við soði þar til æskilegri þéttleika er náð

63. Grænmetisnautasúpa

Hráefni

- 1 bolli hakkað nautakjöt
- 1 skrældar og saxaðar kartöflur
- ½ bolli saxuð gulrót
- ¼ bolli saxaður laukur
- 5 bollar vatn

Leiðbeiningar

a) Setjið allt hráefnið í pott og látið suðuna koma upp
b) Lækkið hitann, lokið og látið malla í 3045 mínútur eða þar til nautakjötið er vel soðið og grænmetið mjúkt
c) Látið kólna
d) Bætið kjöti og grænmeti í matvinnsluvél eða blandara og maukið, bætið við seyði þar til æskilegri samkvæmni er náð

64. Grasker súpa

Hráefni
- 1 bolli graskersmauk
- 2 bollar natríumsnautt kjúklingasoð
- $\frac{1}{4}$ tsk svartur pipar
- $\frac{1}{4}$ tsk engifer
- 1 hvítlauksgeiri, saxaður

Leiðbeiningar
a) Blandið hráefninu saman í pott og látið suðuna koma upp
b) Lækkið hitann, lokið á og látið malla í 15 mínútur, hrærið oft

65. Butternut Squash súpa

Hráefni
- 1 bolli gufusoðið squash kjöt
- ¼ bolli gufusoðnar gulrætur
- 1/2 bolli frosið spínat
- ½ bolli frosnar baunir
- 2 bollar lágt natríum kjúklingasoð

Leiðbeiningar
a) Í potti, láttu allt hráefni sjóða
b) Dragðu strax úr hita
c) Lokið og látið malla í 1015 mínútur, hrærið af og til
d) Látið kólna
e) Bætið innihaldi pottans í matvinnsluvél eða blandara og maukið

66. Eggardropasúpa

Hráefni
- 2 bollar lágt natríum kjúklingasoð
- 2 eggjarauður
- skorið blómkál

Leiðbeiningar
a) Sjóðið kjúklingasoð, blómkál og krydd í pott
b) Lækkið hitann, lokið á og látið malla í 1520 mínútur eða þar til blómkálið er mjúkt
c) Hrærið eggjarauðunum saman við með vírþeytara á meðan enn kraumar
d) Haltu áfram að þeyta þar til eggjarauðan er orðin fast
e) Látið kólna
f) Bætið í matvinnsluvél og maukið

67. Aspas súpa

Skammtar: 4

Hráefni
- 2 matskeiðar ólífuolía
- 1 meðalstór kartöflu, afhýdd og skorin í teninga
- 500ml saltlaust grænmetiskraftur
- 50 g laukur, skorinn í fjórða og
- 450 g aspas

Leiðbeiningar

a) Skerið aspasinn í bita, fargið þráðum hlutum og stífum endum stilkanna.

b) Næst skaltu mýkja laukinn í ólífuolíunni á pönnu við meðalhita og bæta svo kartöflunum, aspasnum og soðinu út í.

c) Lokið og látið malla í 20 mínútur. Að lokum er súpunni blandað saman með handvinnsluvélinni á pönnunni þar til hún er slétt og borið fram með ristuðu brauði.

68. Baby borscht (rauðrófusúpa)

Skammtar: 3-4

Hráefni
- 3 meðalstór rófur, saxaðar
- 1 meðalstór kartöflu, saxuð
- 1 lítill laukur, saxaður
- 450ml lítið salt grænmetiskraft
- 50 g náttúruleg jógúrt

Leiðbeiningar
a) Afhýðið allt grænmetið og setjið í pott með soði.
b) Látið suðuna koma upp, setjið lok á og látið malla í 30 mínútur þar til grænmetið er meyrt. Látið kólna og blandið síðan í maukið á pönnunni með handvinnsluvélinni.
c) Hrærið náttúrulegu jógúrtinni út í og berið svo fram.

69. Epla- og sætkartöflusúpa

Skammtar: 4

Hráefni
- 2 tsk smjör
- 2 tsk hveiti
- 180ml saltlítið kjúklingakraftur
- 2 tsk soðin epli
- 200 g soðnar sætar kartöflur
- 50ml mjólk

Leiðbeiningar
a) Bræðið smjörið á pönnu og hrærið hveitinu saman við. Hitið og hrærið þar til blandan verður gullgul. Bætið soðinu hægt út í, á meðan hrært er, bætið síðan soðnu eplinum og sætu kartöflunni út í.

b) Látið suðuna koma upp, lækkið síðan hitann og látið malla rólega í 5 mínútur.

c) Næst skaltu mauka blönduna á pönnunni með handvinnsluvélinni, bæta við mjólkinni, hita varlega í gegn og bera fram.

70. Rótargrænmetis- og kjúklingabaunasúpa

Skammtar: 10

Hráefni
- 2 matskeiðar olía
- 2 laukar, saxaðir
- 2 gulrætur, saxaðar
- 2 sellerístangir, saxaðir
- 250 g kjúklingabaunir í dós
- 2 x 400 g dósir saxaðir tómatar
- 1 msk tómatpuré
- 1 tsk mjúkur púðursykur
- 600ml vatn
- garni blómvöndur
- nýmalaður svartur pipar

Leiðbeiningar

a) Hitið olíuna á stórri pönnu, bætið lauknum út í og steikið þar til það er mjúkt. Hrærið grænmetinu og tómötunum saman við safann þeirra.

b) Bætið hinum hráefnunum við, kryddið með pipar eftir smekk. Látið suðuna koma upp, setjið lok á og látið malla í 40 mínútur þar til grænmetið er meyrt. Kældu örlítið, fjarlægðu vöndinn og blandaðu síðan í pönnuna með handvinnsluvélinni.

c) Berið fram með smurðum ristuðu brauðfingrum eða hrísgrjónakökum.

71. Einfalt minestrone

Skammtar: 6

Hráefni

- 50 g laukur, skorinn í fjórða og fínt
- 120 g gulrót, skorin í bita
- 50 g blaðlaukur, skorinn í bita
- 2 meðalstórar kartöflur, skrældar og skornar í teninga
- 200 g saxaðir tómatar
- 1000ml ósaltað grænmetiskraft
- 2 tsk tómatpuré
- 75 g frosin smávaxin
- 50 g pasta (helst form)
- 2 matskeiðar rifinn parmesanostur

Leiðbeiningar

a) Steikið laukinn, gulræturnar og blaðlaukinn og steikið þar til hann er mjúkur (um það bil 5 mínútur), bætið síðan kartöflunni út í og eldið í 2 mínútur til viðbótar.

b) Bætið tómötunum, soðinu og tómatmaukinu út í og látið suðuna koma upp og látið malla í 1520 mínútur. Bætið næst baunum og pastaformunum út í og eldið í 5 mínútur í viðbót. Maukið með handvinnsluvélinni þinni.

c) Berið fram toppað með osti.

PUREE

72. Spínat og kartöflumauk

Skammtar: 6

Hráefni
- 1 matskeiðar jurtaolía
- 40 g blaðlaukur, skorinn í bita og saxaður
- 1 kartöflu, afhýdd og skorin í teninga
- 175ml vatn
- 60 g ferskt barnaspínat, þvegið og stilkar fjarlægðir

Leiðbeiningar
a) Steikið blaðlaukinn í jurtaolíu þar til hann er mjúkur. Á meðan blaðlaukur er að eldast, skerið kartöfluna í bita og bætið síðan út í mjúkan blaðlauk.
b) Hellið vatni á, látið suðuna koma upp, lokið á og látið malla í 6 mínútur.
c) Bætið spínati út í og eldið í 3 mínútur. Leyfið blöndunni að kólna og maukið síðan með handvinnsluvélinni á pönnunni.

73. Kúrbít og kartöflumauk

Skammtar: 8

Hráefni
- ½ lítill blaðlaukur, saxaður
- 15 g smjör
- 250 g kartöflur, skrældar og skornar í teninga
- 200ml saltsnautt kjúklinga- eða grænmetiskraftur
- 1 meðalstór kúrbít, saxaður

Leiðbeiningar
a) Steikið blaðlaukinn í smjöri þar til hann er mjúkur, bætið síðan kartöflubitunum út í og steikið í þrjár mínútur til viðbótar. Setjið soðið yfir, látið suðuna koma upp og látið malla með loki í 5 mínútur í viðbót.
b) Því næst er söxuðum kúrbítnum bætt út í og látið malla í 10 – 15 mínútur þar til allt grænmetið er orðið meyrt. Blandið í pönnuna með handvinnsluvélinni.

74. Gulrótar- og kartöflumauk

Skammtar: 4

Hráefni
- 2 meðalstórar kartöflur, skrældar og saxaðar
- 2 meðalstórar gulrætur, skrældar og saxaðar
- 1 tsk ósaltað smjör

Leiðbeiningar
a) Sjóðið gulrót og kartöflubitana þar til þeir eru mjúkir í 15 mínútur, hellið síðan af, látið kólna og stappið vandlega.

b) Hrærið smjörið saman við. Blandið saman í áferð með því að nota handvinnsluvélina.

75. Gulrótar- og pastinipamauk

Skammtar: 6

Hráefni
- 200 g gulrætur, skrældar og skornar í teninga
- 200 g pastinak, afhýdd og skorin í teninga

Leiðbeiningar

a) Gufið grænmetið þar til það er meyrt.

b) Maukið með handvinnsluvélinni og stillið áferðina með soðnu kældu vatni eða venjulegri barnamjólk.

76. Peru- og sætkartöflumauk

Skammtar: 4

Hráefni
- 1 miðlungs sæt kartöflu, skrúbbuð og helminguð
- 1 sæt pera, afhýdd, kjarni fjarlægður og skorin í 8 bita

Leiðbeiningar

a) Bakið sætu kartöfluna í forhituðum ofni við 180°C í 40 mínútur þar til þær eru meyrar.

b) Látið kólna, fjarlægið hýði og fargið. Setjið perubitana í 5 mínútur á pönnu með smá sjóðandi vatni.

c) Tæmdu og kældu. Skerið kartöfluna í bita og maukið niður með handvinnsluvélinni með handvinnsluvélinni í sléttu smjöri á pönnunni.

d) Fjarlægðu og settu til hliðar og endurtaktu síðan ferlið með perunni. Berið maukuðu kartöfluna fram með peruþyrlum ofan á.

77. Fljótlegt banana ferskjamauk

Skammtar: 4

Hráefni
- 1 lítill þroskaður banani
- 1 stór, mjög þroskuð ferskja, hýðið fjarlægt og skorið í bita

Leiðbeiningar
a) Afhýðið bananann og skerið í litla bita. Setjið bananann og ferskjurnar í bikarglasið og bætið við litlu magni af vatni eða ferskjusafa.
b) Blandið með handvinnsluvélinni þar til það er slétt.

78. Sætar kartöflu- og avókadómauk

Skammtar: 8

Hráefni
- 200 g sætar kartöflur, skornar í teninga
- ½ þroskað avókadó
- Brjósta- eða þurrmjólk til að þynna út
-

Leiðbeiningar

a) Látið sætu kartöfluna gufa þar til þær eru mjúkar og leyfið henni síðan að kólna. Bætið avókadóinu við sætu kartöfluna og blandið þar til slétt og rjómakennt með handvinnsluvélinni.

b) Þynntu út í viðeigandi samkvæmni fyrir barnið þitt með smá brjósta- eða þurrmjólk.

79. Eggaldinsmauk

Skammtar: 8

Hráefni
- 1 lítið eggaldin
- 1 msk sólblómaolía eða ólífuolía
- 1 msk tómatpuré

Leiðbeiningar

a) Bakið eggaldin í forhituðum ofni við 180°C í 50 mínútur, takið síðan úr ofninum, leyfið að kólna, helmingið og takið kjötið út.

b) Setjið eggaldinkjötið í bikarglasið ásamt olíunni og tómatmaukinu og blandið saman með handvinnsluvélinni þannig að það verði mjúkt.

80. Gúrku- og kryddjurtamauk

Skammtar: 10

Hráefni
- ½ agúrka
- 200 g nýmjólk grísk jógúrt
- klípa af hvaða ferskri jurt sem er að eigin vali

Leiðbeiningar

a) Afhýðið gúrkuna og skerið í tvennt eftir endilöngu hennar, ausið síðan fræin út og saxið gúrkuna smátt.

b) Kreistu rifna gúrkuna til að fjarlægja vökva og blandaðu síðan jógúrtinni og kryddjurtunum saman við með handvinnsluvélinni.

81. Gulrótar- og eplamauk

Skammtar: 10

Hráefni
- 1 stór gulrót, afhýdd og saxuð
- 1 kartöflu, skrældar og saxaðar
- 1 epli, afhýtt, kjarnhreinsað og saxað
- lítið salt grænmetiskraft eða vatn

Leiðbeiningar
a) Setjið gulrót, kartöflu og eplatenninga í pott og setjið soðið eða vatn yfir.

b) Látið suðuna koma upp og látið malla í um 10 mínútur þar til það er mjúkt. Tæmdu, blandaðu síðan saman til sléttrar samkvæmni.

82. Gulrótar- og apríkósumauk

Skammtar: 4-6

Hráefni
- 1 stór gulrót, afhýdd og skorin í bita
- 4 apríkósur, afhýddar (eða notaðu þurrkaðar apríkósur)

Leiðbeiningar
a) Setjið gulrætur í pönnu með sjóðandi vatni, lækkið hitann og látið malla í 10 mínútur þar til þær eru mjúkar. Tæmið og bætið söxuðum apríkósum á pönnuna.
b) Maukið á pönnunni með handvinnsluvélinni.

83. Rótargrænmetismauk

Skammtar: 10

Hráefni
- 1 meðalstór kartöflu, skrældar og saxaðar
- 1 meðalstór gulrót, afhýdd og skorin í sneiðar
- 1 meðalstór pastinip, afhýdd og skorin í sneiðar
- lítið salt grænmetiskraft eða vatn

Leiðbeiningar
a) Setjið grænmetið á pönnu og hellið aðeins nægilega miklu soði út í til að það hylji.
b) Látið malla þar til grænmetið er orðið meyrt (u.þ.b. 15 mínútur). Maukið með handvinnsluvélinni.

84. Cantaloupe melónu og mangó barnamatsmauk

Skammtar: 12

Hráefni
- 1 þroskað mangó, afhýtt, steinn fjarlægður og skorinn í teninga
- 1 stór sneið af kantalópsmelónu, afhýdd og saxuð
- 1/2 þroskaður banani, afhýddur og skorinn í teninga

Leiðbeiningar
a) Setjið allt hráefnið í bikarglasið og blandið með handvinnsluvélinni þar til það er slétt.

85. Gulrót og mangó mauk

Skammtar: 5

Hráefni

- 1 meðalstór gulrót, afhýdd og saxuð
- ½ mangó, hýðið fjarlægt og saxað

Leiðbeiningar

a) Bætið söxuðum gulrótum í pönnu með sjóðandi vatni, lækkið hitann og látið malla í 10 mínútur þar til gulræturnar eru mjúkar.

b) Tæmið, látið kólna, bætið svo söxuðu mangói á pönnuna og maukið þar til það er slétt með handvinnsluvélinni.

86. Svía- og sætkartöflumauk

Skammtar: 10

Hráefni
- 250 g svín, skrældar og saxaðar
- 250 g sætar kartöflur, skrældar og saxaðar

Leiðbeiningar
a) Setjið söxuðu sveskjuna og sætu kartöfluna og látið gufa í 1520 mínútur.
b) Látið kólna, bætið við smá vatni eða venjulegri mjólk barnsins og maukið síðan með handvinnsluvélinni.

87. Sætkartöflu-, spínat- og grænbaunamauk

Skammtar: 10

Hráefni
- 25 g ósaltað smjör
- 50 g blaðlaukur, vel þveginn og fínt skorinn
- 200 g sætar kartöflur
- 50 g frosnar grænar baunir
- 50 g ferskt eða frosið barnaspínat (þvegið ef það er nýtt)

Leiðbeiningar
a) Bræðið smjör á pönnu og steikið blaðlaukinn þar til hann er mjúkur og bætið svo sætu kartöflunni út í. Bætið við 250 ml af vatni og látið suðuna koma upp.

b) Lokið því næst með loki á pönnu og látið malla í 10 mínútur þar til sætar kartöflur eru mjúkar. Bætið spínati og baunum út í, takið svo af hitanum og maukið með handvinnsluvélinni þar til það er slétt.

88. Hvítur fiskur og sósumauk

Skammtar: 10

Hráefni
- 20 g ósaltað smjör
- 50g laukur smátt saxaður
- 1 meðalstór gulrót, afhýdd og skorin í sneiðar
- 240ml sjóðandi vatn
- 100 g hvítur fiskur, roðhreinsaður og flakaður – tryggðu að öll bein séu fjarlægð!
- 120ml mjólk
- 1 lárviðarlauf

Leiðbeiningar
a) Setjið fyrst laukinn í pott með 20 g af smjöri og steikið þar til hann er mjúkur. Bætið síðan gulrótinni út í, setjið vatn yfir og látið malla í 10 – 15 mínútur. Næst skaltu setja fiskinn á pönnu með mjólkinni og lárviðarlaufinu.

b) Látið malla í um það bil 5 mínútur þar til fiskurinn er eldaður í gegn, takið síðan lárviðarlaufið úr, fletið fiskinn og setjið allt hráefnið (nema lárviðarlaufið) í bikarglas og blandið saman með handvinnsluvélinni þannig að það þykkni barnið þitt.

89. Banana- og avókadómauk

Skammtar: 6-8

Hráefni
- 1 þroskaður banani, afhýddur
- 1 þroskað avókadó, skorið og afhýtt
- 1 tsk nýmjólkurjógúrt eða crème fraiche

Leiðbeiningar
a) Stappið banana og avókadó gróflega saman í skál áður en skeið af jógúrt eða crème fraiche er bætt út í og blandað saman í sléttan þéttleika með handvinnsluvélinni.

b) Fyrir yngri börn geturðu skipt út crème fraiche fyrir brjósta- eða þurrmjólk til að þynna út.

90. Mangó og bláberjamauk

Skammtar: 4

Hráefni
- 30 g bláber
- ½ lítið þroskað mangó

Leiðbeiningar
a) Flysjið mangóið og saxið kjötið.
b) Setjið í bikarglasið ásamt bláberjunum og blandið saman með handvinnsluvélinni þannig að það verði mjúkt.

91. Sætar kartöflu- og melónumauk

Skammtar: 10

Hráefni
- 200 g soðnar sætar kartöflur, skornar í teninga
- 200 g kantalópa melóna, skorin í teninga
- 50 g náttúruleg jógúrt

Leiðbeiningar
a) Setjið melónu og soðna sæta kartöflu í bikarglas og blandið saman með handvinnsluvélinni til sléttrar samkvæmis.
b) Bætið jógúrtinni út í og blandið í 10 – 20 sekúndur í viðbót. Geymið í kæli og berið síðan fram kalt.

92. Rjómalagt butternut squash mauk

Skammtar: 2-3

Hráefni
- 200 g kartöflur, saxaðar
- 1 msk fullfeit venjuleg jógúrt

Leiðbeiningar
a) Látið söxuðu squashið gufa í 15 mínútur og leyfið því þá að kólna og setjið allt hráefnið saman í bikarglas og blandið saman með handvinnsluvélinni til að mauka þykkt.

93. Blómkáls- og sætkartöflumauk

Skammtar: 4

Hráefni
- 1 lítil sæt kartöflu, skrældar og saxaðar
- 3 eða 4 stór blómkálsblóm, saxuð
- brjósta- eða þurrmjólk til að þynna út

Leiðbeiningar
a) Gufið kartöflurnar og blómkálið þar til það er mjúkt (10 – 15 mínútur), setjið síðan í bikarglasið, bætið ostinum út í og blandið með handvinnsluvélinni þannig að það verði mjúkt.

b) Þynntu með smá brjósta- eða mjólkurmjólk þannig að það passi barnið þitt.

94. Kalkúna- og kartöflumauk afgangur

Skammtar: 4

Hráefni
- 100 g kalkúnafgangur, soðinn og smátt skorinn
- 200 g af soðnum kartöflum
- vatn til vinnslu

Leiðbeiningar
a) Setjið helminginn af kalkúnnum og kartöflunum í bikarglasið og bætið við vatni eftir þörfum fyrir vinnsluna.
b) Vinnið með handvinnsluvélinni þar til fínt mauk fæst.
c) Endurtaktu þetta ferli fyrir afganginn af kalkúnnum og kartöflunum.

95. Þorsk- og hrísgrjónamauk

Skammtar: 3-4

Hráefni
- 50 g hrísgrjón
- 100ml vatn
- 40 g þorskflök, roðhreinsað og úrbeinað
- nokkrar greinar af steinselju

Leiðbeiningar
a) Setjið hrísgrjónin og vatnið á pönnu, hrærið einu sinni og látið malla í 10 mínútur.
b) Bætið fiskinum út í og eldið í 10 mínútur í viðbót, bætið við auka vatni ef þarf. Bætið að lokum steinseljunni út í og sjóðið í 2 mínútur.
c) Blandið í pönnuna með handvinnsluvélinni.

96. Rautt linsubaunamauk

Skammtar: 3-4

Hráefni
- 125 g rauðar linsubaunir
- 25 g laukur, saxaður
- 1 matskeiðar olía
- 25 g gulrætur, smátt saxaðar
- 500ml vatn

Leiðbeiningar
a) Þvoið og skolið linsurnar vandlega. Leggið í bleyti yfir nótt (ef leiðbeiningar á pakkanum segja að þetta sé nauðsynlegt). Steikið laukinn í olíu í 4-6 mínútur þar til hann er mjúkur. Bætið gulrótinni út í og haltu áfram að elda í 4-5 mínútur í viðbót.
b) Bætið tæmdu linsunum og vatni út í. Látið suðuna koma upp og látið malla í 45 mínútur, eða þar til linsurnar eru orðnar mjúkar. Tæmið blönduna og maukið á pönnunni með
c) handvinnsluvélinni.
d) Þessi réttur getur gert sterkan dhal til að fylgja karrý. Til að gera þetta skaltu skipta soðnu linsubaunablöndunni í tvennt, geymdu einn skammtinn sem mauk fyrir barnið þitt, og bætið hinum á pönnu með smásteiktu karrídufti eða mauki, hrærið og berið fram.

97. Græn erta með myntumauki

Skammtar: 3-4

Hráefni
- 200 g ferskar eða frosnar baunir
- 150ml vatn
- Handfylli af ferskri myntu

Leiðbeiningar
a) Bætið baunum út í vatnið á pönnu. Látið suðuna koma upp og látið malla.
b) Bætið við örlitlu magni af ferskri myntu og prófið mýkt þegar hún er orðin í gegn og blandið í æskilega samkvæmni með því að nota handvinnsluvélina og bætið við fullfeitri kúamjólk eftir þörfum.

98. Sæt og hvít kartöflumús

Skammtar: 6

Hráefni
- 200 g kartöflur, skrældar og skornar í teninga
- 200 g sætar kartöflur, skrældar og skornar í teninga
- 25 g smjör
- 50 ml mjólk (kúamjólk, móðurmjólk eða mjólkurmjólk, fer eftir fóðrun)
- 30 g rifinn ostur

Leiðbeiningar

a) Setjið kartöflurnar og sætu kartöflurnar í pönnu með sjóðandi vatni, lækkið hitann og látið malla í 1520 mínútur þar til þær eru meyrar.

b) Hellið af og bætið síðan smjörinu, mjólkinni og ostinum út í og blandið saman í þykkt samkvæmni með handvinnsluvélinni.

99. Skvass og perumauk

Skammtar: 6

Hráefni

- 200 g soðnar kartöflur
- 100 g þurrkaðar apríkósur (sem liggja í bleyti í vatni í 30 mínútur)
- 75 g rúsínur (sem liggja í bleyti í eplasafa í 30 mínútur)
- 1 mjög þroskuð pera, afhýdd, kjarnhreinsuð og saxuð

Leiðbeiningar

a) Maukið allt hráefnið með handvinnsluvélinni til áferðar.

100. 'Popeye' mauk

Skammtar: 6-8

Hráefni
- 125 g sætar kartöflur, skrældar og skornar í teninga
- 125 g mjúkar gulrætur, saxaðar
- 125 g grænar baunir, oddarnir fjarlægðir
- 125 g spínat
- 125 g frosnar baunir

Leiðbeiningar

a) Setjið sætar kartöflur og gulrætur í gufugufu og látið gufa í 8 mínútur. Bætið restinni af hráefninu út í og hitið í gegnum í 6 mínútur í viðbót.

b) Fjarlægðu úr gufubátnum, maukaðu síðan í grófa samkvæmni með því að nota handvinnsluvélina. Berið fram kælt.

NIÐURSTAÐA

Þegar börn eldast þurfa þau fasta fæðu til að fá næga næringu fyrir vöxt og þroska. Þessi nauðsynlegu næringarefni eru meðal annars járn, sink og önnur.

Fyrstu 6 mánuði ævinnar nota börn járn sem er geymt í líkamanum frá því þau voru í móðurkviði. Þau fá líka járn úr móðurmjólk og/eða ungbarnablöndu. En járnbirgðir barna minnka eftir því sem þau stækka. Um það bil 6 mánuði þurfa börn að byrja að fá fasta fæðu.

Að kynna föst efni er einnig mikilvægt til að hjálpa börnum að læra að borða, gefa þeim reynslu af nýjum smekk og áferð úr ýmsum matvælum. Það þróar tennur þeirra og kjálka og það byggir upp aðra færni sem þeir þurfa síðar til að þróa tungumál.

www.ingramcontent.com/pod-product-compliance
Lightning Source LLC
Chambersburg PA
CBHW070425120526
44590CB00014B/1539